SAMANTHA KIDD'S
90-DAY
DESIGN YOUR LIFE
WORKBOOK/PLAYBOOK/PLANNER

Polyester Press

The Idea Behind This Workbook/Playbook/Planner:

THIS PLANNER IS DESIGNED TO HELP YOU KEEP ON TRACK FOR ONE QUARTER OF THE YEAR. IT INCLUDES 90 PAGES TO BOOST YOUR ORGANIZATION: TO DO, CAN WAIT UNTIL TOMORROW:, DAILY BLOCKS OF TIME, AND EXPENSES/MONEY SPENT. IT ALSO TRACKS YOUR WATER INTAKE, DAILY EXERCISE, AND SLEEP CYCLES TO MAKE SURE YOU'RE BEING HEALTHY AND NOT NEGLECTING IMPORTANT SELF-CARE.

- TO DO TODAY: FOCUS ON THE MOST IMPORTANT TASKS FOR THE DAY, THOSE THAT WILL MAKE A DIFFERENCE. (#PRIORITIZING)

- CAN WAIT UNTIL TOMORROW: JOT DOWN ANY NEW PROJECTS THAT AREN'T URGENT FOR TODAY. CARRY THEM FORWARD. (#ORGANIZING)

- DAILY/BLOCKS OF TIME: TRACK HOW YOU SPEND YOUR DAYS AND BLOCK OFF ANY CHUNKS OF TIME WHEN YOU WILL BE UNAVAILABLE FOR ADMIN WORK AND SOCIAL MEDIA. THIS WILL KEEP YOU FOCUSED. (#MANAGING)

- EXPENSES/MONEY SPENT: WRITE DOWN ANY EXPENSES THAT OCCUR DURING YOUR DAY SO YOU CAN KEEP UNEXPECTED EXPENSES TO A MINIMUM. (#BUDGETING)

- USE THE BACK OF EACH PAGE FOR NOTES, BRAINSTORMING, LISTS, AND WHATEVER ELSE COMES TO MIND. I FIND THIS USEFUL FOR WHEN I SPOT SUSPICIOUS ACTIVITY IN THE NEIGHBORHOOD. (#SURVEILLANCE)

THIS IS THE DAILY PLANNER I USE AND MY LIFE IS THE BOMB. YOU KNEW THAT, RIGHT?

XO,

Samantha Kidd (with an assist from Diane Vallere)

day/date: ___________________________

water: 1 2 3 4 5 6 7 8

exercise: ___________________________

sleep: ___________________________

to do today:

1___________________________________

2___________________________________

3___________________________________

4___________________________________

can wait until tomorrow:

____

____

____

____

blocks of time:

7:00 _______________________________

8:00 _______________________________

9:00 _______________________________

10:00_______________________________

11:00 ______________________________

12:00_______________________________

1.00 _______________________________

2:00 _______________________________

3:00 _______________________________

4:00 _______________________________

5:00 _______________________________

6:00 _______________________________

7:00 _______________________________

8:00 _______________________________

9:00 _______________________________

10:00_______________________________

11:00 ______________________________

12:00_______________________________

expenses/money spent:

____

____

____

____

____

____

______   ____________________

notes:

Blank

Blank

day/date: _________________________   *exercise*: _________________________

water: 1   2   3   4   5   6   7   8   *sleep*: _________________________

to do today: *can wait until tomorrow*:

1.___________________________   ___________________________________

2.___________________________   ___________________________________

3.___________________________   ___________________________________

4.___________________________   ___________________________________

blocks of time: *expenses/money spent*:

7:00 ___________________________   ___________________________________

8:00 ___________________________   ___________________________________

9:00 ___________________________   ___________________________________

10:00___________________________   ___________________________________

11:00 __________________________   ___________________________________

12:00___________________________   ___________________________________

1:00 ___________________________   ___________________________________

2:00 ___________________________   *notes*:

3:00 ___________________________

4:00 ___________________________

5:00 ___________________________

6:00 ___________________________

7:00 ___________________________

8:00 ___________________________

9:00 ___________________________

10:00___________________________

11:00 __________________________

12:00___________________________

Blank

day/date: _________________________

water: 1   2   3   4   5   6   7   8

exercise: _________________________

sleep: _________________________

to do today:

1______________________________

2______________________________

3______________________________

4______________________________

can wait until tomorrow:

____

____

____

____

blocks of time:

7:00 _________________________

8:00 _________________________

9:00 _________________________

10:00_________________________

11:00 _________________________

12:00_________________________

1:00 _________________________

2:00 _________________________

3:00 _________________________

4:00 _________________________

5:00 _________________________

6:00 _________________________

7:00 _________________________

8:00 _________________________

9:00 _________________________

10:00 _________________________

11:00 _________________________

12:00_________________________

expenses/money spent:

____

____

____

____

____

____

____

notes:

day/date: _________________________

water: 1   2   3   4   5   6   7   8

exercise: _____________________

sleep: _________________________

to do today:

1._________________________________

2._________________________________

3._________________________________

4._________________________________

can wait until tomorrow:

____

____

____

____

blocks of time:

7:00 _____________________________

8:00 _____________________________

9:00 _____________________________

10:00_____________________________

11:00 ____________________________

12:00_____________________________

1:00 _____________________________

2:00 _____________________________

3:00 _____________________________

4:00 _____________________________

5:00 _____________________________

6:00 _____________________________

7:00 _____________________________

8:00 _____________________________

9:00 _____________________________

10:00_____________________________

11:00 ____________________________

12:00_____________________________

expenses/money spent:

____

____

____

____

____

____

____

notes:

Blank

Blank

day/date: _________________________

water: 1   2   3   4   5   6   7   8

exercise: _____________________

sleep: ________________________

to do today:

1________________________________

2________________________________

3________________________________

4________________________________

can wait until tomorrow:

____

____

____

____

blocks of time:

7:00 ____________________________

8:00 ____________________________

9:00 ____________________________

10:00____________________________

11:00 ___________________________

12:00___________________________

1:00 ____________________________

2:00 ____________________________

3:00 ____________________________

4:00 ____________________________

5:00 ____________________________

6:00 ____________________________

7:00 ____________________________

8:00 ____________________________

9:00 ____________________________

10.00___________________________

11:00 ___________________________

12:00___________________________

expenses/money spent:

____

____

____

____

____

____

_______ ________________________

notes:

day/date: _________________________

water: 1   2   3   4   5   6   7   8

exercise: _____________________

sleep: _______________________

to do today:

1_________________________________

2_________________________________

3_________________________________

4_________________________________

can wait until tomorrow:

____

____

____

____

blocks of time:

7:00 _______________________________

8:00 _______________________________

9:00 _______________________________

10:00_______________________________

11:00 ______________________________

12:00_______________________________

1:00 _______________________________

2:00 _______________________________

3:00 _______________________________

4:00 _______________________________

5:00 _______________________________

6:00 _______________________________

7:00 _______________________________

8:00 _______________________________

9:00 _______________________________

10:00_______________________________

11:00 ______________________________

12:00_______________________________

expenses/money spent:

____

____

____

____

____

____

____

notes:
____

Blank

day/date: ____________________

water: 1   2   3   4   5   6   7   8

exercise: ____________________

sleep: ____________________

to do today:

1____________________

2____________________

3____________________

4____________________

blocks of time:

7:00 ____________________

8:00 ____________________

9:00 ____________________

10:00____________________

11:00 ____________________

12:00____________________

1:00 ____________________

2:00 ____________________

3:00 ____________________

4:00 ____________________

5:00 ____________________

6:00 ____________________

7:00 ____________________

8:00 ____________________

9:00 ____________________

10:00____________________

11:00 ____________________

12:00____________________

can wait until tomorrow:

____

____

____

____

expenses/money spent:

____

____

____

____

____

____

____

notes:

day/date: _________________________   *exercise:* _____________________

water: 1   2   3   4   5   6   7   8   *sleep:* _____________________

to do today: *can wait until tomorrow:*

1._________________________________   _______________________________

2._________________________________   _______________________________

3._________________________________   _______________________________

4._________________________________   _______________________________

blocks of time: *expenses/money spent:*

7:00 _______________________________   _______________________________

8:00 _______________________________   _______________________________

9:00 _______________________________   _______________________________

10:00_______________________________   _______________________________

11:00 ______________________________   _______________________________

12:00_______________________________   _______________________________

1:00 _______________________________   _______________________________

2:00 _______________________________   *notes:*

3:00 _______________________________

4:00 _______________________________

5:00 _______________________________

6:00 _______________________________

7:00 _______________________________

8:00 _______________________________

9:00 _______________________________

10:00_______________________________

11:00 ______________________________

12:00_______________________________

Blank

LIST OF GREEN THINGS I ATE THIS WEEK:

MY EATING HABITS TEND TOWARD BEIGE AND BROWN: BREAD, PASTA, PRETZELS. RED WHEN I LAYER IN PIZZA. I CAN'T IMAGINE HAVING EATEN MORE THAN THIS MANY GREEN THINGS IN ONE WEEK, BUT THAT MAY JUST BE ME. IF YOU ATE MORE, THEN KEEP GOING (AND TELL ME YOUR SECRET, BECAUSE I'M OPEN TO SUGGESTION.) — *Samantha Kidd*

Blank

day/date: _____________________

water: 1   2   3   4   5   6   7   8

exercise: _____________________

sleep: _____________________

to do today:

1______________________________

2.______________________________

3.______________________________

4.______________________________

can wait until tomorrow:

____

____

____

____

blocks of time:

7:00 ______________________________

8:00 ______________________________

9:00 ______________________________

10:00______________________________

11:00 ______________________________

12:00______________________________

1:00 ______________________________

2:00 ______________________________

3:00 ______________________________

4:00 ______________________________

5:00 ______________________________

6:00 ______________________________

7:00 ______________________________

8:00 ______________________________

9:00 ______________________________

10:00______________________________

11:00 ______________________________

12:00______________________________

expenses/money spent:

____

____

____

____

____

____

____

notes:

Blank

day/date: ________________________

water: 1   2   3   4   5   6   7   8

exercise: ____________________

sleep: ______________________

to do today:

1________________________________

2________________________________

3________________________________

4________________________________

can wait until tomorrow:

____

____

____

____

blocks of time:

7:00 ____________________________

8:00 ____________________________

9:00 ____________________________

10:00____________________________

11:00 ___________________________

12:00____________________________

1:00 ____________________________

2:00 ____________________________

3:00 ____________________________

4:00 ____________________________

5:00 ____________________________

6:00 ____________________________

7:00 ____________________________

8:00 ____________________________

9:00 ____________________________

10:00____________________________

11:00 ___________________________

12:00____________________________

expenses/money spent:

____

____

____

____

____

____

____

notes:
____

day/date: _______________________

water: 1   2   3   4   5   6   7   8

exercise: ___________________

sleep: _____________________

to do today:

1________________________________

2________________________________

3________________________________

4________________________________

can wait until tomorrow:

____

____

____

____

blocks of time:

7:00 ___________________________

8:00 ___________________________

9:00 ___________________________

10:00__________________________

11:00 __________________________

12:00__________________________

1:00 ___________________________

2:00 ___________________________

3:00 ___________________________

4:00 ___________________________

5:00 ___________________________

6:00 ___________________________

7:00 ___________________________

8:00 ___________________________

9:00 ___________________________

10:00__________________________

11:00 __________________________

12:00__________________________

expenses/money spent:

____

____

____

____

____

____

____

notes:

Blank

day/date: _______________________

water: 1   2   3   4   5   6   7   8

exercise: _______________________

sleep: _______________________

to do today:

1_______________________________

2_______________________________

3_______________________________

4_______________________________

can wait until tomorrow:

____

____

____

____

blocks of time:

7:00 _______________________________

8:00 _______________________________

9:00 _______________________________

10:00_______________________________

11:00 _______________________________

12:00_______________________________

1:00 _______________________________

2:00 _______________________________

3:00 _______________________________

4:00 _______________________________

5:00 _______________________________

6:00 _______________________________

7:00 _______________________________

8:00 _______________________________

9:00 _______________________________

10:00_______________________________

11:00 _______________________________

12:00_______________________________

expenses/money spent:

____

____

____

____

____

____

____

notes:

Blank

day/date: _______________________   *exercise*: ___________________

water: 1   2   3   4   5   6   7   8   *sleep*: ____________________

to do today: *can wait until tomorrow*:

1________________________________   ___________________________________

2________________________________   ___________________________________

3________________________________   ___________________________________

4________________________________   ___________________________________

blocks of time: *expenses/money spent*:

7:00 ____________________________   ___________________________________

8:00 ____________________________   ___________________________________

9:00 ____________________________   ___________________________________

10:00____________________________   ___________________________________

11:00 ___________________________   ___________________________________

12:00____________________________   ___________________________________

1:00 ____________________________   ___________________________________

2:00 ____________________________   *notes*:

3:00 ____________________________   ___________________________________

4:00 ____________________________

5:00 ____________________________

6:00 ____________________________

7:00 ____________________________

8:00 ____________________________

9:00 ____________________________

10:00____________________________

11:00 ___________________________

12:00____________________________

Blank

day/date: ____________________

water: 1 2 3 4 5 6 7 8

exercise: ____________________

sleep: ____________________

to do today:

1____________________________

2____________________________

3____________________________

4____________________________

can wait until tomorrow:

____

____

____

____

blocks of time:

7:00 ________________________

8:00 ________________________

9:00 ________________________

10:00________________________

11:00 _______________________

12:00________________________

1:00 ________________________

2:00 ________________________

3:00 ________________________

4:00 ________________________

5:00 ________________________

6:00 ________________________

7:00 ________________________

8:00 ________________________

9:00 ________________________

10:00________________________

11:00 _______________________

12:00________________________

expenses/money spent:

____

____

____

____

____

____

____

notes:

day/date: _________________________

water: 1   2   3   4   5   6   7   8

exercise: _______________________

sleep: _________________________

to do today:

1_________________________________

2._________________________________

3._________________________________

4._________________________________

can wait until tomorrow:

____

____

____

____

blocks of time:

7:00 _____________________________

8:00 _____________________________

9:00 _____________________________

10:00 ____________________________

11:00 ____________________________

12:00 ____________________________

1:00 _____________________________

2:00 _____________________________

3:00 _____________________________

4:00 _____________________________

5:00 _____________________________

6:00 _____________________________

7:00 _____________________________

8:00 _____________________________

9:00 _____________________________

10:00 ____________________________

11:00 ____________________________

12:00 ____________________________

expenses/money spent:

____

____

____

____

____

____

____

notes:

Blank

Blank

day/date: _______________________

water: 1   2   3   4   5   6   7   8

exercise: _______________________

sleep: _________________________

to do today:

1______________________________

2______________________________

3______________________________

4______________________________

can wait until tomorrow:

____

____

____

____

blocks of time:

7:00 _________________________

8:00 _________________________

9:00 _________________________

10:00_________________________

11:00 ________________________

12:00_________________________

1:00 _________________________

2:00 _________________________

3:00 _________________________

4:00 _________________________

5:00 _________________________

6:00 _________________________

7:00 _________________________

8:00 _________________________

9:00 _________________________

10:00_________________________

11:00 ________________________

12:00_________________________

expenses/money spent:

____

____

____

____

____

____

____

notes:

Blank

day/date: _

water: 1   2   3   4   5   6   7   8

exercise: _ _ _ _ _ _ _ _ _ _ _ _ _ _ _ _ _ _

sleep: _

to do today:

1_ _

2._ _

3._ _

4._ _

can wait until tomorrow:

_ _

_ _

_ _

_ _

blocks of time:

7:00 _

8:00 _

9:00 _

10:00 _

11:00 _

12:00 _

1:00 _

2:00 _

3:00 _

4:00 _

5:00 _

6:00 _

7:00 _

8:00 _

9:00 _

10:00 _

11:00 _

12:00 _

expenses/money spent:

_ _

_ _

_ _

_ _

_ _

_ _ _ _   _

_ _

notes:

day/date: _______________________   *exercise*: ___________________

water: 1   2   3   4   5   6   7   8   *sleep*: _____________________

to do today: *can wait until tomorrow*:

1________________________________   _______________________________

2________________________________   _______________________________

3________________________________   _______________________________

4________________________________   _______________________________

blocks of time: *expenses/money spent*:

7:00 ____________________________   _______________________________

8:00 ____________________________   _______________________________

9:00 ____________________________   _______________________________

10:00___________________________   _______________________________

11:00 ___________________________   _______________________________

12:00___________________________   _______________________________

1:00 ____________________________   _______________________________

2:00 ____________________________   *notes:*

3:00 ____________________________

4:00 ____________________________

5:00 ____________________________

6:00 ____________________________

7:00 ____________________________

8:00 ____________________________

9:00 ____________________________

10:00___________________________

11:00 ___________________________

12:00___________________________

day/date: _______________________   *exercise*: ____________________

water: 1   2   3   4   5   6   7   8   *sleep*: ______________________

to do today:

1.___________________________________

2.___________________________________

3.___________________________________

4.___________________________________

blocks of time:

7:00 ________________________________

8:00 ________________________________

9:00 ________________________________

10:00_______________________________

11:00 _______________________________

12:00_______________________________

1:00 ________________________________

2:00 ________________________________

3:00 ________________________________

4:00 ________________________________

5:00 ________________________________

6:00 ________________________________

7:00 ________________________________

8:00 ________________________________

9:00 ________________________________

10:00_______________________________

11:00 _______________________________

12:00_______________________________

can wait until tomorrow:

____

____

____

____

expenses/money spent:

____

____

____

____

____

____

____

notes:
____

Blank

day/date: _______________________   *exercise:* _____________________

water: 1   2   3   4   5   6   7   8   *sleep:* _______________________

to do today: *can wait until tomorrow:*

1________________________________   ___________________________________

2________________________________   ___________________________________

3________________________________   ___________________________________

4________________________________   ___________________________________

blocks of time: *expenses/money spent:*

7:00 ____________________________   ___________________________________

8:00 ____________________________   ___________________________________

9:00 ____________________________   ___________________________________

10:00____________________________   ___________________________________

11:00 ___________________________   ___________________________________

12:00____________________________   ___________________________________

1:00 ____________________________   ___________________________________

2:00 ____________________________   *notes:*

3:00 ____________________________   _______________________________________

4:00 ____________________________

5:00 ____________________________

6:00 ____________________________

7:00 ____________________________

8:00 ____________________________

9:00 ____________________________

10:00____________________________

11:00 ___________________________

12:00____________________________

day/date: _________________________

water: 1   2   3   4   5   6   7   8

exercise: _________________________

sleep: ___________________________

to do today:

1_________________________________

2_________________________________

3_________________________________

4_________________________________

can wait until tomorrow:

____

____

____

____

blocks of time:

7:00 ____________________________

8:00 ____________________________

9:00 ____________________________

10:00___________________________

11:00 ___________________________

12:00___________________________

1:00 ____________________________

2:00 ____________________________

3:00 ____________________________

4:00 ____________________________

5:00 ____________________________

6:00 ____________________________

7:00 ____________________________

8:00 ____________________________

9:00 ____________________________

10:00___________________________

11:00 ___________________________

12:00___________________________

expenses/money spent:

____

____

____

____

____

____

____

notes:

Blank

day/date: ______________________

water: 1   2   3   4   5   6   7   8

exercise: ______________________

sleep: ______________________

to do today:

1______________________________

2______________________________

3______________________________

4______________________________

can wait until tomorrow:

____

____

____

____

blocks of time:

7:00 _________________________

8:00 _________________________

9:00 _________________________

10:00_________________________

11:00 ________________________

12:00_________________________

1:00 _________________________

2:00 _________________________

3:00 _________________________

4:00 _________________________

5:00 _________________________

6:00 _________________________

7:00 _________________________

8:00 _________________________

9:00 _________________________

10:00_________________________

11:00 ________________________

12:00_________________________

expenses/money spent:

____

____

____

____

____

____

____

notes:

Blank

day/date: ___________________

water: 1   2   3   4   5   6   7   8

exercise: ___________________

sleep: _____________________

to do today:

1____________________________

2.___________________________

3.___________________________

4.___________________________

can wait until tomorrow:

____

____

____

____

blocks of time:

7:00 ________________________

8:00 ________________________

9:00 ________________________

10:00_______________________

11:00 _______________________

12:00_______________________

1:00 ________________________

2:00 ________________________

3:00 ________________________

4:00 ________________________

5:00 ________________________

6:00 ________________________

7:00 ________________________

8:00 ________________________

9:00 ________________________

10:00_______________________

11:00 _______________________

12:00_______________________

expenses/money spent:

____

____

____

____

____

____

____

notes:

Blank

day/date: _______________________

water: 1   2   3   4   5   6   7   8

exercise: ___________________

sleep: _____________________

to do today:

1_______________________________

2_______________________________

3_______________________________

4_______________________________

can wait until tomorrow:

____

____

____

____

blocks of time:

7:00 __________________________

8:00 __________________________

9:00 __________________________

10:00__________________________

11:00 _________________________

12:00__________________________

1:00 __________________________

2:00 __________________________

3:00 __________________________

4:00 __________________________

5:00 __________________________

6:00 __________________________

7:00 __________________________

8:00 __________________________

9:00 __________________________

10:00 _________________________

11:00 _________________________

12:00__________________________

expenses/money spent:

____

____

____

____

____

____

____

notes:

Blank

day/date: _________________________

water: 1   2   3   4   5   6   7   8

exercise: _____________________

sleep: ________________________

to do today:

1._________________________________

2._________________________________

3._________________________________

4._________________________________

can wait until tomorrow:

____

____

____

____

blocks of time:

7:00 ______________________________

8:00 ______________________________

9:00 ______________________________

10:00_______________________________

11:00 _____________________________

12:00_______________________________

1:00 _______________________________

2:00 _______________________________

3:00 _______________________________

4:00 _______________________________

5:00 _______________________________

6:00 _______________________________

7:00 _______________________________

8:00 _______________________________

9:00 _______________________________

10:00_______________________________

11:00 ______________________________

12:00_______________________________

expenses/money spent:

____

____

____

____

____

____

____

notes:

Blank

THINGS I THINK I WANT BUT AM NOT YET READY TO ACTUALLY PURCHASE:

SOMETIMES JUST WRITING THINGS DOWN HELPS ME GET THEM OUT OF MY MIND SO I CAN FOCUS ON IMPORTANT THINGS LIKE MURDER INVESTIGATIONS. SOMETIMES I JUST GO SHOPPING AND GET WHAT I WANT. THAT CLEARS MY MIND TOO. — *Samantha Kidd*

Blank

day/date: ________________________

water: 1   2   3   4   5   6   7   8

exercise: ____________________

sleep: ________________________

to do today:

1._________________________________

2._________________________________

3._________________________________

4._________________________________

can wait until tomorrow:

____

____

____

____

blocks of time:

7:00 ______________________________

8:00 ______________________________

9:00 ______________________________

10:00_____________________________

11:00 _____________________________

12:00_____________________________

1:00 ______________________________

2:00 ______________________________

3:00 ______________________________

4:00 ______________________________

5:00 ______________________________

6:00 ______________________________

7:00 ______________________________

8:00 ______________________________

9:00 ______________________________

10:00_____________________________

11:00 _____________________________

12:00_____________________________

expenses/money spent:

____

____

____

____

____

____

____

notes:

Blank

day/date: _________________________

water: 1   2   3   4   5   6   7   8

exercise: _____________________

sleep: ________________________

to do today:

1_____________________________

2_____________________________

3_____________________________

4_____________________________

can wait until tomorrow:

____

____

____

____

blocks of time:

7:00 _________________________

8:00 _________________________

9:00 _________________________

10:00_________________________

11:00 ________________________

12:00_________________________

1:00 _________________________

2:00 _________________________

3:00 _________________________

4:00 _________________________

5:00 _________________________

6:00 _________________________

7:00 _________________________

8:00 _________________________

9:00 _________________________

10:00_________________________

11:00 ________________________

12:00_________________________

expenses/money spent:

____

____

____

____

____

____

____

notes:

Blank

day/date: _______________________

water: 1   2   3   4   5   6   7   8

exercise: _______________________

sleep: _______________________

to do today:

1______________________________

2______________________________

3______________________________

4______________________________

blocks of time:

7:00 ______________________________

8:00 ______________________________

9:00 ______________________________

10:00______________________________

11:00 ______________________________

12:00______________________________

1:00 ______________________________

2:00 ______________________________

3:00 ______________________________

4:00 ______________________________

5:00 ______________________________

6:00 ______________________________

7:00 ______________________________

8:00 ______________________________

9:00 ______________________________

10:00______________________________

11:00 ______________________________

12:00______________________________

can wait until tomorrow:

____

____

____

____

expenses/money spent:

____

____

____

____

____

____

____

notes:

Blank

Blank

day/date: ___________________________

water: 1   2   3   4   5   6   7   8

exercise: ___________________________

sleep: ___________________________

to do today:

1___________________________________

2___________________________________

3___________________________________

4___________________________________

can wait until tomorrow:

____

____

____

____

blocks of time:

7:00 ________________________________

8:00 ________________________________

9:00 ________________________________

10:00________________________________

11:00 _______________________________

12:00________________________________

1:00 ________________________________

2:00 ________________________________

3:00 ________________________________

4:00 ________________________________

5:00 ________________________________

6:00 ________________________________

7:00 ________________________________

8:00 ________________________________

9:00 ________________________________

10:00________________________________

11:00 _______________________________

12:00________________________________

expenses/money spent:

____

____

____

____

____

____

____

notes:

day/date: ____________________

water: 1 2 3 4 5 6 7 8

exercise: ____________________

sleep: _______________________

to do today:

1.____________________________

2.____________________________

3.____________________________

4.____________________________

can wait until tomorrow:

____

____

____

____

blocks of time:

7:00 ________________________

8:00 ________________________

9:00 ________________________

10:00_______________________

11:00 _______________________

12:00_______________________

1:00 ________________________

2:00 ________________________

3:00 ________________________

4:00 ________________________

5:00 ________________________

6:00 ________________________

7:00 ________________________

8:00 ________________________

9:00 ________________________

10:00_______________________

11:00 _______________________

12:00_______________________

expenses/money spent:

____

____

____

____

____

____

____

notes:

Blank

day/date: ______________________

water: 1   2   3   4   5   6   7   8

exercise: ______________________

sleep: ______________________

to do today:

1____________________________

2____________________________

3____________________________

4____________________________

can wait until tomorrow:

____

____

____

____

blocks of time:

7:00 ______________________

8:00 ______________________

9:00 ______________________

10:00______________________

11:00 ______________________

12:00______________________

1:00 ______________________

2:00 ______________________

3:00 ______________________

4:00 ______________________

5:00 ______________________

6:00 ______________________

7:00 ______________________

8:00 ______________________

9:00 ______________________

10:00______________________

11:00 ______________________

12:00______________________

expenses/money spent:

____

____

____

____

____

____

notes:

Blank

Blank

day/date: ______________________

water: 1   2   3   4   5   6   7   8

exercise: ______________________

sleep: ______________________

to do today:

1.______________________

2.______________________

3.______________________

4.______________________

can wait until tomorrow:

____

____

____

____

blocks of time:

7:00 ______________________________

8:00 ______________________________

9:00 ______________________________

10:00______________________________

11:00 ______________________________

12:00______________________________

1:00 ______________________________

2:00 ______________________________

3:00 ______________________________

4:00 ______________________________

5:00 ______________________________

6:00 ______________________________

7:00 ______________________________

8:00 ______________________________

9:00 ______________________________

10:00______________________________

11:00 ______________________________

12:00______________________________

expenses/money spent:

____

____

____

____

____

____

____

notes:
____

Blank

day/date: _____________________

water: 1   2   3   4   5   6   7   8

exercise: _____________________

sleep: _____________________

to do today:

1_____________________________

2_____________________________

3_____________________________

4_____________________________

can wait until tomorrow:

____

____

____

____

blocks of time:

7:00 _________________________

8:00 _________________________

9:00 _________________________

10:00_________________________

11:00 ________________________

12:00_________________________

1:00 _________________________

2:00 _________________________

3:00 _________________________

4:00 _________________________

5:00 _________________________

6:00 _________________________

7:00 _________________________

8:00 _________________________

9:00 _________________________

10:00_________________________

11:00 ________________________

12:00_________________________

expenses/money spent:

____

____

____

____

____

____

____

notes:
____

Blank

day/date: ________________________   exercise: ____________________

water: 1   2   3   4   5   6   7   8   sleep: ______________________

to do today: can wait until tomorrow:

1________________________________   ______________________________

2________________________________   ______________________________

3________________________________   ______________________________

4________________________________   ______________________________

blocks of time: expenses/money spent:

7:00 ____________________________   ______________________________

8:00 ____________________________   ______________________________

9:00 ____________________________   ______________________________

10:00___________________________   ______________________________

11:00 ___________________________   ______________________________

12:00___________________________   ______________________________

1:00 ____________________________   ______________________________

2:00 ____________________________   notes:

3:00 ____________________________

4:00 ____________________________

5:00 ____________________________

6:00 ____________________________

7:00 ____________________________

8:00 ____________________________

9:00 ____________________________

10:00___________________________

11:00 ___________________________

12:00___________________________

Blank

day/date: ___________________

water: 1   2   3   4   5   6   7   8

exercise: ___________________

sleep: ___________________

to do today:

1____________________________________

2____________________________________

3____________________________________

4____________________________________

can wait until tomorrow:

____

____

____

____

blocks of time:

7:00 _______________________________

8:00 _______________________________

9:00 _______________________________

10:00_______________________________

11:00 ______________________________

12:00_______________________________

1:00 _______________________________

2:00 _______________________________

3:00 _______________________________

4:00 _______________________________

5:00 _______________________________

6:00 _______________________________

7:00 _______________________________

8:00 _______________________________

9:00 _______________________________

10:00_______________________________

11:00 ______________________________

12:00_______________________________

expenses/money spent:

____

____

____

____

____

____

____

notes:

Blank

day/date: ______________________   *exercise:* ____________________

water: 1   2   3   4   5   6   7   8   *sleep:* ______________________

to do today: *can wait until tomorrow:*

1.______________________________   ______________________________

2.______________________________   ______________________________

3.______________________________   ______________________________

4.______________________________   ______________________________

blocks of time: *expenses/money spent:*

7:00 ___________________________   ______________________________

8:00 ___________________________   ______________________________

9:00 ___________________________   ______________________________

10:00__________________________   ______________________________

11:00 __________________________   ______________________________

12:00__________________________   ______________________________

1:00 ___________________________   ______________________________

2:00 ___________________________   *notes:*

3:00 ___________________________

4:00 ___________________________

5:00 ___________________________

6:00 ___________________________

7:00 ___________________________

8:00 ___________________________

9:00 ___________________________

10:00__________________________

11:00 __________________________

12:00__________________________

Blank

day/date: _______________________   *exercise:* _______________________

water: 1   2   3   4   5   6   7   8   *sleep:* _______________________

to do today: *can wait until tomorrow:*

1________________________________   ________________________________

2________________________________   ________________________________

3________________________________   ________________________________

4________________________________   ________________________________

blocks of time: *expenses/money spent:*

7:00 ____________________________   ________________________________

8:00 ____________________________   ________________________________

9:00 ____________________________   ________________________________

10:00____________________________   ________________________________

11:00 ___________________________   ________________________________

12:00____________________________   ________________________________

1:00 ____________________________   ________________________________

2:00 ____________________________   *notes:*

3:00 ____________________________   ________________________________

4:00 ____________________________

5:00 ____________________________

6:00 ____________________________

7:00 ____________________________

8:00 ____________________________

9:00 ____________________________

10:00____________________________

11:00 ___________________________

12:00____________________________

day/date: ____________________

water: 1   2   3   4   5   6   7   8

exercise: ____________________

sleep: ____________________

to do today:

1.____________________

2.____________________

3.____________________

4.____________________

can wait until tomorrow:

____

____

____

____

blocks of time:

7:00 ____________________

8:00 ____________________

9:00 ____________________

10:00____________________

11:00 ____________________

12:00____________________

1:00 ____________________

2:00 ____________________

3:00 ____________________

4:00 ____________________

5:00 ____________________

6:00 ____________________

7:00 ____________________

8:00 ____________________

9:00 ____________________

10:00____________________

11:00 ____________________

12:00____________________

expenses/money spent:

____

____

____

____

____

____

____

notes:

Blank

CHEAT DAY!

READ A BOOK. TAKE A NAP.

EAT ICE CREAM FOR BREAKFAST.

NEVER UNDERESTIMATE THE RESTORATIVE POWERS

OF A DAY PLAYING HOOKEY.

xo, Samantha Kidd

Blank

day/date: ____________________

water: 1 2 3 4 5 6 7 8

exercise: __________________

sleep: ____________________

to do today:

1________________________

2._______________________

3._______________________

4._______________________

can wait until tomorrow:

____

____

____

____

blocks of time:

7:00 ______________________

8:00 ______________________

9:00 ______________________

10:00______________________

11:00 _____________________

12:00______________________

1:00 ______________________

2:00 ______________________

3:00 ______________________

4:00 ______________________

5:00 ______________________

6:00 ______________________

7:00 ______________________

8:00 ______________________

9:00 ______________________

10:00______________________

11:00 _____________________

12:00______________________

expenses/money spent:

____

____

____

____

____

____

____

notes:

Blank

day/date: _______________________

water: 1   2   3   4   5   6   7   8

exercise: ____________________

sleep: _______________________

to do today:

1_________________________________

2_________________________________

3_________________________________

4_________________________________

can wait until tomorrow:

____

____

____

____

blocks of time:

7:00 _____________________________

8:00 _____________________________

9:00 _____________________________

10:00____________________________

11:00 ____________________________

12:00____________________________

1:00 _____________________________

2:00 _____________________________

3:00 _____________________________

4:00 _____________________________

5:00 _____________________________

6:00 _____________________________

7:00 _____________________________

8:00 _____________________________

9:00 _____________________________

10:00____________________________

11:00 ____________________________

12:00____________________________

expenses/money spent:

____

____

____

____

____

____

____

notes:

day/date: _________________________

water: 1   2   3   4   5   6   7   8

exercise: _____________________

sleep: _______________________

to do today:

1._________________________________

2._________________________________

3._________________________________

4._________________________________

can wait until tomorrow:

____

____

____

____

blocks of time:

7:00 _______________________________

8:00 _______________________________

9:00 _______________________________

10:00_______________________________

11:00 ______________________________

12:00_______________________________

1:00 _______________________________

2:00 _______________________________

3:00 _______________________________

4:00 _______________________________

5:00 _______________________________

6:00 _______________________________

7:00 _______________________________

8:00 _______________________________

9:00 _______________________________

10:00 ______________________________

11:00 ______________________________

12:00_______________________________

expenses/money spent:

____

____

____

____

____

____

____

notes:

Blank

Blank

day/date: ____________________________

water: 1   2   3   4   5   6   7   8

exercise: ________________________

sleep: _________________________

to do today:

1_________________________________

2_________________________________

3_________________________________

4_________________________________

can wait until tomorrow:

____

____

____

____

blocks of time:

7:00 _____________________________

8:00 _____________________________

9:00 _____________________________

10:00_____________________________

11:00 ____________________________

12:00_____________________________

1:00 _____________________________

2:00 _____________________________

3:00 _____________________________

4:00 _____________________________

5:00 _____________________________

6:00 _____________________________

7:00 _____________________________

8:00 _____________________________

9:00 _____________________________

10:00_____________________________

11:00 ____________________________

12:00_____________________________

expenses/money spent:

____

____

____

____

____

____

____

notes:

day/date: _______________________   *exercise*: ___________________

water: 1   2   3   4   5   6   7   8   *sleep*: _____________________

to do today:

1._________________________________

2._________________________________

3._________________________________

4._________________________________

blocks of time:

7:00 _______________________________

8:00 _______________________________

9:00 _______________________________

10:00_______________________________

11:00 ______________________________

12:00_______________________________

1:00 _______________________________

2:00 _______________________________

3:00 _______________________________

4:00 _______________________________

5:00 _______________________________

6:00 _______________________________

7:00 _______________________________

8:00 _______________________________

9:00 _______________________________

10:00_______________________________

11:00 ______________________________

12:00_______________________________

can wait until tomorrow:

____

____

____

____

expenses/money spent:

____

____

____

____

____

____

____

notes:

Blank

day/date: ________________________

water: 1 2 3 4 5 6 7 8

exercise: ____________________

sleep: ______________________

to do today:

1________________________________

2________________________________

3________________________________

4________________________________

can wait until tomorrow:

____

____

____

____

blocks of time:

7:00 ______________________________

8:00 ______________________________

9:00 ______________________________

10:00______________________________

11:00 _____________________________

12:00______________________________

1:00 ______________________________

2:00 ______________________________

3:00 ______________________________

4:00 ______________________________

5:00 ______________________________

6:00 ______________________________

7:00 ______________________________

8:00 ______________________________

9:00 ______________________________

10:00______________________________

11:00 _____________________________

12:00______________________________

expenses/money spent:

____

____

____

____

____

____

____

notes:

Blank

day/date: _________________________   exercise: _________________________

water: 1   2   3   4   5   6   7   8   sleep: _________________________

to do today: can wait until tomorrow:

1._________________________________   _________________________________

2._________________________________   _________________________________

3._________________________________   _________________________________

4._________________________________   _________________________________

blocks of time: expenses/money spent:

7:00 ______________________________   _________________________________

8:00 ______________________________   _________________________________

9:00 ______________________________   _________________________________

10:00_____________________________   _________________________________

11:00 _____________________________   _________________________________

12:00_____________________________   _________________________________

1:00 ______________________________   _________________________________

2:00 ______________________________   notes:

3:00 ______________________________

4:00 ______________________________

5:00 ______________________________

6:00 ______________________________

7:00 ______________________________

8:00 ______________________________

9:00 ______________________________

10:00_____________________________

11:00 _____________________________

12:00_____________________________

Blank

Blank

day/date: ___________________________

water: 1 2 3 4 5 6 7 8

exercise: ___________________________

sleep: ___________________________

to do today:

1___________________________________

2___________________________________

3___________________________________

4___________________________________

can wait until tomorrow:

____

____

____

____

blocks of time:

7:00 _______________________________

8:00 _______________________________

9:00 _______________________________

10:00_______________________________

11:00 ______________________________

12:00_______________________________

1:00 _______________________________

2:00 _______________________________

3:00 _______________________________

4:00 _______________________________

5:00 _______________________________

6:00 _______________________________

7:00 _______________________________

8:00 _______________________________

9:00 _______________________________

10:00_______________________________

11:00 ______________________________

12:00_______________________________

expenses/money spent:

____

____

____

____

____

____

____

notes:

Blank

day/date: ______________________   exercise: ____________________

water: 1   2   3   4   5   6   7   8   sleep: ______________________

to do today: can wait until tomorrow:

1.__________________________________   _______________________________

2.__________________________________   _______________________________

3.__________________________________   _______________________________

4.__________________________________   _______________________________

blocks of time: expenses/money spent:

7:00 _______________________________   _______________________________

8:00 _______________________________   _______________________________

9:00 _______________________________   _______________________________

10:00_______________________________   _______________________________

11:00 ______________________________   _______________________________

12:00_______________________________   _______________________________

1:00 _______________________________   _______________________________

2:00 _______________________________   notes:

3:00 _______________________________   _______________________________________

4:00 _______________________________

5:00 _______________________________

6:00 _______________________________

7:00 _______________________________

8:00 _______________________________

9:00 _______________________________

10:00_______________________________

11:00 ______________________________

12:00_______________________________

Blank

Blank

day/date: ______________________

water: 1   2   3   4   5   6   7   8

exercise: ______________________

sleep: ______________________

to do today:

1______________________________

2______________________________

3______________________________

4______________________________

can wait until tomorrow:

____

____

____

____

blocks of time:

7:00 ______________________________

8:00 ______________________________

9:00 ______________________________

10:00______________________________

11:00 ______________________________

12:00______________________________

1:00 ______________________________

2:00 ______________________________

3:00 ______________________________

4:00 ______________________________

5:00 ______________________________

6:00 ______________________________

7:00 ______________________________

8:00 ______________________________

9:00 ______________________________

10:00______________________________

11:00 ______________________________

12:00______________________________

expenses/money spent:

____

____

____

____

____

____

____

notes:

day/date: _____________________   *exercise:* _____________________

water: 1   2   3   4   5   6   7   8   *sleep:* _____________________

to do today: *can wait until tomorrow:*

1._________________________________   _________________________________

2._________________________________   _________________________________

3._________________________________   _________________________________

4._________________________________   _________________________________

blocks of time: *expenses/money spent:*

7:00 ______________________________   _________________________________

8:00 ______________________________   _________________________________

9:00 ______________________________   _________________________________

10:00_______________________________   _________________________________

11:00 ______________________________   _________________________________

12:00_______________________________   _________________________________

1:00 ______________________________   _________________________________

2:00 ______________________________   *notes:*

3:00 ______________________________

4:00 ______________________________

5:00 ______________________________

6:00 ______________________________

7:00 ______________________________

8:00 ______________________________

9:00 ______________________________

10:00_______________________________

11:00 ______________________________

12:00_______________________________

Blank

Blank

day/date: ________________________

water: 1   2   3   4   5   6   7   8

exercise: ____________________

sleep: ________________________

to do today:

1________________________________

2________________________________

3________________________________

4________________________________

can wait until tomorrow:

____

____

____

____

blocks of time:

7:00 ____________________________

8:00 ____________________________

9:00 ____________________________

10:00____________________________

11:00 ___________________________

12:00____________________________

1:00 ____________________________

2:00 ____________________________

3:00 ____________________________

4:00 ____________________________

5:00 ____________________________

6:00 ____________________________

7:00 ____________________________

8:00 ____________________________

9:00 ____________________________

10:00____________________________

11:00 ___________________________

12:00____________________________

expenses/money spent:

____

____

____

____

____

____

____

notes:

day/date: ________________________

water: 1   2   3   4   5   6   7   8

exercise: ____________________

sleep: ______________________

to do today:

1________________________________

2________________________________

3________________________________

4________________________________

can wait until tomorrow:

____

____

____

____

blocks of time:

7:00 ______________________________

8:00 ______________________________

9:00 ______________________________

10:00______________________________

11:00 _____________________________

12:00______________________________

1:00 ______________________________

2:00 ______________________________

3:00 ______________________________

4:00 ______________________________

5:00 ______________________________

6:00 ______________________________

7:00 ______________________________

8:00 ______________________________

9:00 ______________________________

10:00______________________________

11:00 _____________________________

12:00______________________________

expenses/money spent:

____

____

____

____

____

____

____

notes:

day/date: _

water: 1   2   3   4   5   6   7   8

exercise: _ _ _ _ _ _ _ _ _ _ _ _ _ _ _ _ _

sleep: _ _ _ _ _ _ _ _ _ _ _ _ _ _ _ _ _ _ _

to do today:

1 _

2. _

3. _

4. _

can wait until tomorrow:

_ _

_ _

_ _

_ _

blocks of time:

7:00 _

8:00 _

9:00 _

10:00 _

11:00 _

12:00 _

1:00 _

2:00 _

3:00 _

4:00 _

5:00 _

6:00 _

7:00 _

8:00 _

9:00 _

10:00 _

11:00 _

12:00 _

expenses/money spent:

_ _

_ _

_ _

_ _

_ _

_ _

_ _

notes:

day/date: ________________________   *exercise:* ________________________

water: 1   2   3   4   5   6   7   8   *sleep:* ________________________

to do today: *can wait until tomorrow:*

1._______________________________   _______________________________

2._______________________________   _______________________________

3._______________________________   _______________________________

4._______________________________   _______________________________

blocks of time: *expenses/money spent:*

7:00 _______________________________   _______________________________

8:00 _______________________________   _______________________________

9:00 _______________________________   _______________________________

10:00 _______________________________   _______________________________

11:00 _______________________________   _______________________________

12:00 _______________________________   _______________________________

1:00 _______________________________   _______________________________

2:00 _______________________________   *notes:*

3:00 _______________________________

4:00 _______________________________

5:00 _______________________________

6:00 _______________________________

7:00 _______________________________

8:00 _______________________________

9:00 _______________________________

10:00 _______________________________

11:00 _______________________________

12:00 _______________________________

Blank

LIST OF SUSPICIOUS PEOPLE I'VE MET THIS MONTH:

____

____

____

____

____

____

____

____

____

____

____

____

____

____

____

____

I HAVE A REPUTATION AS AN AMATEUR SLEUTH, AND I'VE FOUND IT HELPS TO PAY ATTENTION TO ODD BEHAVIOR AROUND ME. YOU MIGHT BE MORE TRUSTING THAN I AM AND WANT TO USE THIS PAGE FOR SOMETHING ELSE. THAT'S OKAY TOO. *-Samantha Kidd*

Blank

day/date: _________________________

water: 1   2   3   4   5   6   7   8

exercise: _________________________

sleep: ___________________________

to do today:

1________________________________

2________________________________

3________________________________

4________________________________

can wait until tomorrow:

____

____

____

____

blocks of time:

7:00 ____________________________

8:00 ____________________________

9:00 ____________________________

10:00___________________________

11:00 ___________________________

12:00___________________________

1:00 ____________________________

2:00 ____________________________

3:00 ____________________________

4:00 ____________________________

5:00 ____________________________

6:00 ____________________________

7:00 ____________________________

8:00 ____________________________

9:00 ____________________________

10:00___________________________

11:00 ___________________________

12:00___________________________

expenses/money spent:

____

____

____

____

____

____

____

notes:

Blank

day/date: _______________________

water: 1   2   3   4   5   6   7   8

exercise: _______________________

sleep: _______________________

to do today:

1_______________________

2_______________________

3_______________________

4_______________________

can wait until tomorrow:

____

____

____

____

blocks of time:

7:00 _______________________

8:00 _______________________

9:00 _______________________

10:00_______________________

11:00 _______________________

12:00_______________________

1:00 _______________________

2:00 _______________________

3:00 _______________________

4:00 _______________________

5:00 _______________________

6:00 _______________________

7:00 _______________________

8:00 _______________________

9:00 _______________________

10:00_______________________

11:00 _______________________

12:00_______________________

expenses/money spent:

____

____

____

____

____

____

____

notes:

Blank

day/date: _________________________   exercise: ____________________

water: 1   2   3   4   5   6   7   8   sleep: ____________________

to do today: can wait until tomorrow:

1________________________________   ________________________________

2________________________________   ________________________________

3________________________________   ________________________________

4________________________________   ________________________________

blocks of time: expenses/money spent:

7:00 ____________________________   ________________________________

8:00 ____________________________   ________________________________

9:00 ____________________________   ________________________________

10:00____________________________   ________________________________

11:00 ___________________________   ________________________________

12:00____________________________   ________________________________

1:00 ____________________________   ________________________________

2:00 ____________________________   notes:

3:00 ____________________________

4:00 ____________________________

5:00 ____________________________

6:00 ____________________________

7:00 ____________________________

8:00 ____________________________

9:00 ____________________________

10:00____________________________

11:00 ___________________________

12:00____________________________

Blank

day/date: _

water: 1   2   3   4   5   6   7   8

exercise: _ _ _ _ _ _ _ _ _ _ _ _ _ _ _ _ _ _

sleep: _

to do today:

1_ _

2_ _

3_ _

4_ _

can wait until tomorrow:

_ _

_ _

_ _

_ _

blocks of time:

7:00 _

8:00 _

9:00 _

10:00_ _

11:00 _

12:00_ _

1:00 _

2:00 _

3:00 _

4:00 _

5:00 _

6:00 _

7:00 _

8:00 _

9:00 _

10:00_ _

11:00 _

12:00_ _

expenses/money spent:

_ _

_ _

_ _

_ _

_ _

_ _

_ _

notes:

Blank

Blank

day/date: _________________________   *exercise*: _________________________

water: 1   2   3   4   5   6   7   8   *sleep:* _________________________

to do today: *can wait until tomorrow:*

1________________________________   ________________________________

2________________________________   ________________________________

3________________________________   ________________________________

4________________________________   ________________________________

blocks of time: *expenses/money spent:*

7:00 ________________________________   ________________________________

8:00 ________________________________   ________________________________

9:00 ________________________________   ________________________________

10:00_______________________________   ________________________________

11:00 _______________________________   ________________________________

12:00_______________________________   ________________________________

1:00 ________________________________   ________________________________

2:00 ________________________________   *notes:*

3:00 ________________________________   ____

4:00 ________________________________

5:00 ________________________________

6:00 ________________________________

7:00 ________________________________

8:00 ________________________________

9:00 ________________________________

10:00_______________________________

11:00 _______________________________

12:00_______________________________

Blank

day/date: ___________________________

water: 1   2   3   4   5   6   7   8

exercise: ___________________________

sleep: ___________________________

to do today:

1____________________________________

2____________________________________

3____________________________________

4____________________________________

can wait until tomorrow:

____

____

____

____

blocks of time:

7:00 _______________________________

8:00 _______________________________

9:00 _______________________________

10:00_______________________________

11:00 ______________________________

12:00_______________________________

1:00 _______________________________

2:00 _______________________________

3:00 _______________________________

4:00 _______________________________

5:00 _______________________________

6:00 _______________________________

7:00 _______________________________

8:00 _______________________________

9:00 _______________________________

10:00_______________________________

11:00 ______________________________

12:00_______________________________

expenses/money spent:

____

____

____

____

____

____

____

notes:

day/date: _______________________

water: 1   2   3   4   5   6   7   8

exercise: _______________________

sleep: _______________________

to do today:

1._______________________________

2._______________________________

3._______________________________

4._______________________________

can wait until tomorrow:

____

____

____

____

blocks of time:

7:00 _______________________________

8:00 _______________________________

9:00 _______________________________

10:00_______________________________

11:00 _______________________________

12:00_______________________________

1:00 _______________________________

2:00 _______________________________

3:00 _______________________________

4:00 _______________________________

5:00 _______________________________

6:00 _______________________________

7:00 _______________________________

8:00 _______________________________

9:00 _______________________________

10:00_______________________________

11:00 _______________________________

12:00_______________________________

expenses/money spent:

____

____

____

____

____

____

____

notes:

Blank

Blank

day/date: ________________________

water: 1   2   3   4   5   6   7   8

exercise: ____________________

sleep: ______________________

to do today:

1________________________________

2________________________________

3________________________________

4________________________________

can wait until tomorrow:

____

____

____

____

blocks of time:

7:00 ____________________________

8:00 ____________________________

9:00 ____________________________

10:00___________________________

11:00 ___________________________

12:00___________________________

1:00 ____________________________

2:00 ____________________________

3:00 ____________________________

4:00 ____________________________

5:00 ____________________________

6:00 ____________________________

7:00 ____________________________

8:00 ____________________________

9:00 ____________________________

10:00___________________________

11:00 ___________________________

12:00___________________________

expenses/money spent:

____

____

____

____

____

____

____

notes:

Blank

day/date: ____________________

water: 1   2   3   4   5   6   7   8

exercise: ____________________

sleep: ____________________

to do today:

1____________________________

2____________________________

3____________________________

4____________________________

can wait until tomorrow:

____

____

____

____

blocks of time:

7:00 ____________________________

8:00 ____________________________

9:00 ____________________________

10:00____________________________

11:00 ____________________________

12:00____________________________

1:00 ____________________________

2:00 ____________________________

3:00 ____________________________

4:00 ____________________________

5:00 ____________________________

6:00 ____________________________

7:00 ____________________________

8:00 ____________________________

9:00 ____________________________

10:00____________________________

11:00 ____________________________

12:00____________________________

expenses/money spent:

____

____

____

____

____

____

____

notes:

Blank

day/date: ______________________

water: 1 2 3 4 5 6 7 8

exercise: ___________________

sleep: _____________________

to do today:

1________________________________

2________________________________

3________________________________

4________________________________

can wait until tomorrow:

____

____

____

____

blocks of time:

7:00 ___________________________

8:00 ___________________________

9:00 ___________________________

10:00___________________________

11:00 __________________________

12:00___________________________

1:00 ___________________________

2:00 ___________________________

3:00 ___________________________

4:00 ___________________________

5:00 ___________________________

6:00 ___________________________

7:00 ___________________________

8:00 ___________________________

9:00 ___________________________

10:00___________________________

11:00 __________________________

12:00___________________________

expenses/money spent:

____

____

____

____

____

____

____

notes:

Blank

day/date: _________________________

water: 1   2   3   4   5   6   7   8

exercise: ____________________

sleep: ____________________________

to do today:

1________________________________

2________________________________

3________________________________

4________________________________

can wait until tomorrow:

____

____

____

____

blocks of time:

7:00 ____________________________

8:00 ____________________________

9:00 ____________________________

10:00____________________________

11:00 ___________________________

12:00____________________________

1:00 ____________________________

2:00 ____________________________

3:00 ____________________________

4:00 ____________________________

5:00 ____________________________

6:00 ____________________________

7:00 ____________________________

8:00 ____________________________

9:00 ____________________________

10:00____________________________

11:00 ___________________________

12:00____________________________

expenses/money spent:

____

____

____

____

____

____

____

notes:

Blank

day/date: _________________________

water: 1   2   3   4   5   6   7   8

exercise: ___________________

sleep: ____________________

to do today:

1_______________________________

2_______________________________

3_______________________________

4_______________________________

can wait until tomorrow:

____

____

____

____

blocks of time:

7:00 _____________________________

8:00 _____________________________

9:00 _____________________________

10:00____________________________

11:00 ____________________________

12:00____________________________

1:00 _____________________________

2:00 _____________________________

3:00 _____________________________

4:00 _____________________________

5:00 _____________________________

6:00 _____________________________

7:00 _____________________________

8:00 _____________________________

9:00 _____________________________

10:00____________________________

11:00 ____________________________

12:00____________________________

expenses/money spent:

____

____

____

____

____

____

____

notes:

day/date: _________________________

water: 1   2   3   4   5   6   7   8

exercise: _________________________

sleep: ___________________________

to do today:

1._________________________________

2._________________________________

3._________________________________

4._________________________________

can wait until tomorrow:

____

____

____

____

blocks of time:

7:00 ________________________________

8:00 ________________________________

9:00 ________________________________

10:00_______________________________

11:00 _______________________________

12:00_______________________________

1:00 ________________________________

2:00 ________________________________

3:00 ________________________________

4:00 ________________________________

5:00 ________________________________

6:00 ________________________________

7:00 ________________________________

8:00 ________________________________

9:00 ________________________________

10:00_______________________________

11:00 _______________________________

12:00_______________________________

expenses/money spent:

____

____

____

____

____

____

____

notes:

Blank

day/date: ___________________________

water: 1   2   3   4   5   6   7   8

exercise: ___________________________

sleep: _____________________________

to do today:

1___________________________________

2___________________________________

3___________________________________

4___________________________________

can wait until tomorrow:

____

____

____

____

blocks of time:

7:00 _______________________________

8:00 _______________________________

9:00 _______________________________

10:00_______________________________

11:00 ______________________________

12:00_______________________________

1:00 _______________________________

2:00 _______________________________

3:00 _______________________________

4:00 _______________________________

5:00 _______________________________

6:00 _______________________________

7:00 _______________________________

8:00 _______________________________

9:00 _______________________________

10:00_______________________________

11:00 ______________________________

12:00_______________________________

expenses/money spent:

____

____

____

____

____

____

____

notes:

Blank

day/date: _________________________   *exercise:* _____________________

water: 1   2   3   4   5   6   7   8   *sleep:* _______________________

to do today: *can wait until tomorrow:*

1_________________________________   ________________________________

2_________________________________   ________________________________

3_________________________________   ________________________________

4_________________________________   ________________________________

blocks of time: *expenses/money spent:*

7:00 _____________________________   ________________________________

8:00 _____________________________   ________________________________

9:00 _____________________________   ________________________________

10:00_____________________________   ________________________________

11:00 ____________________________   ________________________________

12:00_____________________________   ________________________________

1:00 _____________________________   ________________________________

2:00 _____________________________   *notes:*

3:00 _____________________________

4:00 _____________________________

5:00 _____________________________

6:00 _____________________________

7:00 _____________________________

8:00 _____________________________

9:00 _____________________________

10:00_____________________________

11:00 ____________________________

12:00_____________________________

Blank

Blank

BOOKS TO READ THIS MONTH:

______ TOUGH LUXE, SAMANTHA KIDD (THAT'S ME!) MYSTERY #11

_____

_____

_____

_____

_____

_____

_____

_____

_____

_____

_____

_____

DID YOU KNOW CHECKING THINGS OFF ON A LIST GIVES YOU A DOPAMINE HIT?

I'M PRETTY SURE I READ THAT SOMEWHERE... *-Samantha Kidd*

Blank

day/date: ____________________

water: 1   2   3   4   5   6   7   8

exercise: ____________________

sleep: ____________________

to do today:

1____________________________________

2____________________________________

3____________________________________

4____________________________________

can wait until tomorrow:

____

____

____

____

blocks of time:

7:00 _______________________________

8:00 _______________________________

9:00 _______________________________

10:00_______________________________

11:00 ______________________________

12:00_______________________________

1:00 _______________________________

2:00 _______________________________

3:00 _______________________________

4:00 _______________________________

5:00 _______________________________

6:00 _______________________________

7:00 _______________________________

8:00 _______________________________

9:00 _______________________________

10:00_______________________________

11:00 ______________________________

12:00_______________________________

expenses/money spent:

____

____

____

____

____

____

____

notes:

day/date: _______________________

water: 1   2   3   4   5   6   7   8

exercise: _______________________

sleep: _________________________

to do today:

1________________________________

2________________________________

3________________________________

4________________________________

can wait until tomorrow:

____

____

____

____

blocks of time:

7:00 ____________________________

8:00 ____________________________

9:00 ____________________________

10:00___________________________

11:00 ___________________________

12:00___________________________

1:00 ____________________________

2:00 ____________________________

3:00 ____________________________

4:00 ____________________________

5:00 ____________________________

6:00 ____________________________

7:00 ____________________________

8:00 ____________________________

9:00 ____________________________

10:00___________________________

11:00 ___________________________

12:00___________________________

expenses/money spent:

____

____

____

____

____

____

____

notes:

day/date: _________________________

water: 1   2   3   4   5   6   7   8

exercise: _________________________

sleep: ___________________________

to do today:

1______________________________

2______________________________

3______________________________

4______________________________

can wait until tomorrow:

____

____

____

____

blocks of time:

7:00 _______________________________

8:00 _______________________________

9:00 _______________________________

10:00_______________________________

11:00 ______________________________

12:00_______________________________

1:00 _______________________________

2:00 _______________________________

3:00 _______________________________

4:00 _______________________________

5:00 _______________________________

6:00 _______________________________

7:00 _______________________________

8:00 _______________________________

9:00 _______________________________

10:00_______________________________

11:00 ______________________________

12:00_______________________________

expenses/money spent:

____

____

____

____

____

____

____

notes:

day/date: _______________________   *exercise*: ____________________

water: 1   2   3   4   5   6   7   8   *sleep*: ______________________

to do today:

1._________________________________

2._________________________________

3._________________________________

4._________________________________

blocks of time:

7:00 ____________________________

8:00 ____________________________

9:00 ____________________________

10:00___________________________

11:00 ___________________________

12:00___________________________

1:00 ____________________________

2:00 ____________________________

3:00 ____________________________

4:00 ____________________________

5:00 ____________________________

6:00 ____________________________

7:00 ____________________________

8:00 ____________________________

9:00 ____________________________

10:00___________________________

11:00 ___________________________

12:00___________________________

can wait until tomorrow:

____

____

____

____

expenses/money spent:

____

____

____

____

____

____

____

notes:

Blank

day/date: ___________________________   *exercise:* ___________________

water: 1   2   3   4   5   6   7   8   *sleep:* ______________________

to do today:

1_________________________________

2_________________________________

3_________________________________

4_________________________________

can wait until tomorrow:

____

____

____

____

blocks of time:

7:00 _____________________________

8:00 _____________________________

9:00 _____________________________

10:00_____________________________

11:00 ____________________________

12:00_____________________________

1:00 _____________________________

2:00 _____________________________

3:00 _____________________________

4:00 _____________________________

5:00 _____________________________

6:00 _____________________________

7:00 _____________________________

8:00 _____________________________

9:00 _____________________________

10:00_____________________________

11:00 ____________________________

12:00 ____________________________

expenses/money spent:

____

____

____

____

____

____

____

notes:
____

day/date: _ _ _ _ _ _ _ _ _ _ _ _ _ _ _ _ _ _ _

water: 1   2   3   4   5   6   7   8

exercise: _ _ _ _ _ _ _ _ _ _ _ _ _ _ _ _

sleep: _ _ _ _ _ _ _ _ _ _ _ _ _ _ _ _ _ _

to do today:

1_ _

2._ _

3._ _

4._ _

can wait until tomorrow:

_ _

_ _

_ _

_ _

blocks of time:

7:00 _

8:00 _

9:00 _

10:00_ _ _ _ _ _ _ _ _ _ _ _ _ _ _ _ _ _ _ _

11:00 _ _ _ _ _ _ _ _ _ _ _ _ _ _ _ _ _ _ _

12:00_ _ _ _ _ _ _ _ _ _ _ _ _ _ _ _ _ _ _ _

1:00 _

2:00 _

3:00 _

4:00 _

5:00 _

6:00 _

7:00 _

8:00 _

9:00 _

10:00_ _ _ _ _ _ _ _ _ _ _ _ _ _ _ _ _ _ _ _

11:00 _ _ _ _ _ _ _ _ _ _ _ _ _ _ _ _ _ _ _

12:00_ _ _ _ _ _ _ _ _ _ _ _ _ _ _ _ _ _ _ _

expenses/money spent:

_ _

_ _

_ _

_ _

_ _

_ _

_ _

notes:

Blank

Random checklist to make sure we are participating in life:

_____SAVED MONEY

_____SPENT MONEY

_____ATE SOMETHING HEALTHY

_____ATE SOMETHING YUMMY

_____GOT UP EARLY

_____STAYED UP LATE

_____DID SOMETHING I'VE NEVER DONE BEFORE

_____DONATED SOMETHING

_____READ A BOOK

_____LISTENED TO MUSIC

_____MADE DINNER AT HOME

_____ATE DINNER OUT

_____BOUGHT SOMETHING FOR ME

_____TIPPED MORE THAN 20%

_____PAID THE ELECTRIC BILL

_____TOOK A BATH

_____SOLVED A MURDER INVESTIGATION

_____ADD YOUR OWN:

_____ADD YOUR OWN:

I LIKE TO MAKE SURE I'M MIXING THINGS UP, OTHERWISE LIFE MIGHT GET BORING. MY FRIENDS RELY ON ME TO KEEP THEIR LIVES INTERESTING, BUT THAT DOESN'T MEAN I WANT TO GET COMFORTABLE. *-Samantha Kidd*

Blank

day/date: ____________________

water: 1 2 3 4 5 6 7 8

exercise: ____________________

sleep: ____________________

to do today:

1________________________________

2________________________________

3________________________________

4________________________________

can wait until tomorrow:

____

____

____

____

blocks of time:

7:00 ____________________________

8:00 ____________________________

9:00 ____________________________

10:00___________________________

11:00 ___________________________

12:00___________________________

1:00 ____________________________

2:00 ____________________________

3:00 ____________________________

4:00 ____________________________

5:00 ____________________________

6:00 ____________________________

7:00 ____________________________

8:00 ____________________________

9:00 ____________________________

10:00___________________________

11:00 ___________________________

12:00___________________________

expenses/money spent:

____

____

____

____

____

____

____

notes:

Blank

day/date: ____________________

water: 1 2 3 4 5 6 7 8

exercise: ____________________

sleep: ____________________

to do today:

1____________________________

2____________________________

3____________________________

4____________________________

can wait until tomorrow:

____

____

____

____

blocks of time:

7:00 ____________________________

8:00 ____________________________

9:00 ____________________________

10:00____________________________

11:00 ____________________________

12:00 ____________________________

1:00 ____________________________

2:00 ____________________________

3:00 ____________________________

4:00 ____________________________

5:00 ____________________________

6:00 ____________________________

7:00 ____________________________

8:00 ____________________________

9:00 ____________________________

10:00____________________________

11:00 ____________________________

12:00____________________________

expenses/money spent:

____

____

____

____

____

____

____

notes:

Blank

day/date: _______________________   *exercise*: _______________________

water: 1   2   3   4   5   6   7   8   *sleep:* _______________________

to do today:

1________________________________

2________________________________

3________________________________

4________________________________

can wait until tomorrow:

____

____

____

____

blocks of time:

7:00 ___________________________

8:00 ___________________________

9:00 ___________________________

10:00__________________________

11:00 __________________________

12:00__________________________

1:00 ___________________________

2:00 ___________________________

3:00 ___________________________

4:00 ___________________________

5:00 ___________________________

6:00 ___________________________

7:00 ___________________________

8:00 ___________________________

9:00 ___________________________

10:00__________________________

11:00 __________________________

12:00__________________________

expenses/money spent:

____

____

____

____

____

____

____

notes:

Blank

day/date: _________________________

water: 1   2   3   4   5   6   7   8

exercise: ___________________

sleep: _____________________

to do today:

1._________________________

2._________________________

3._________________________

4._________________________

can wait until tomorrow:

____

____

____

____

blocks of time:

7:00 ______________________

8:00 ______________________

9:00 ______________________

10:00______________________

11:00 ______________________

12:00______________________

1:00 ______________________

2:00 ______________________

3:00 ______________________

4:00 ______________________

5:00 ______________________

6:00 ______________________

7:00 ______________________

8:00 ______________________

9:00 ______________________

10:00______________________

11:00 ______________________

12:00______________________

expenses/money spent:

____

____

____

____

____

____

____

notes:
____

Blank

day/date: _______________________

water: 1   2   3   4   5   6   7   8

exercise: _______________________

sleep: _______________________

to do today:

1_______________________________

2_______________________________

3_______________________________

4_______________________________

can wait until tomorrow:

____

____

____

____

blocks of time:

7:00 _______________________________

8:00 _______________________________

9:00 _______________________________

10:00_______________________________

11:00 _______________________________

12:00_______________________________

1:00 _______________________________

2:00 _______________________________

3:00 _______________________________

4:00 _______________________________

5:00 _______________________________

6:00 _______________________________

7:00 _______________________________

8.00 _______________________________

9:00 _______________________________

10:00_______________________________

11:00 _______________________________

12:00_______________________________

expenses/money spent:

____

____

____

____

____

____

____

notes:

Blank

day/date: ______________________

water: 1   2   3   4   5   6   7   8

exercise: __________________

sleep: ____________________

to do today:

1__________________________

2__________________________

3__________________________

4__________________________

can wait until tomorrow:

____

____

____

____

blocks of time:

7:00 _______________________

8:00 _______________________

9:00 _______________________

10:00_______________________

11:00 ______________________

12:00_______________________

1:00 _______________________

2:00 _______________________

3:00 _______________________

4:00 _______________________

5:00 _______________________

6:00 _______________________

7:00 _______________________

8:00 _______________________

9:00 _______________________

10:00_______________________

11:00 ______________________

12:00_______________________

expenses/money spent:

____

____

____

____

____

____

____

notes:

Blank

day/date: _________________________   *exercise*: _________________________

water: 1   2   3   4   5   6   7   8   *sleep*: _________________________

to do today: *can wait until tomorrow*:

1._______________________________   _______________________________

2._______________________________   _______________________________

3._______________________________   _______________________________

4._______________________________   _______________________________

blocks of time: *expenses/money spent*:

7:00 _____________________________   _______________________________

8:00 _____________________________   _______________________________

9:00 _____________________________   _______________________________

10:00_____________________________   _______________________________

11:00 ____________________________   _______________________________

12:00_____________________________   _______________________________

1:00 _____________________________   _______________________________

2:00 _____________________________   *notes*:
                                             ____
3:00 _____________________________

4:00 _____________________________

5:00 _____________________________

6:00 _____________________________

7:00 _____________________________

8:00 _____________________________

9:00 _____________________________

10:00_____________________________

11:00 ____________________________

12:00_____________________________

day/date: _________________________

water: 1   2   3   4   5   6   7   8

exercise: _____________________

sleep: _______________________

to do today:

1_______________________________

2_______________________________

3_______________________________

4_______________________________

can wait until tomorrow:

____

____

____

____

blocks of time:

7:00 ____________________________

8:00 ____________________________

9:00 ____________________________

10:00____________________________

11:00 ___________________________

12:00____________________________

1:00 ____________________________

2:00 ____________________________

3:00 ____________________________

4:00 ____________________________

5:00 ____________________________

6:00 ____________________________

7:00 ____________________________

8:00 ____________________________

9:00 ____________________________

10:00____________________________

11:00 ___________________________

12:00____________________________

expenses/money spent:

____

____

____

____

____

____

____

notes:
____

day/date: _____________________

water: 1   2   3   4   5   6   7   8

exercise: _____________________

sleep: _______________________

to do today:

1._________________________________

2._________________________________

3._________________________________

4._________________________________

blocks of time:

7:00 ______________________________

8:00 ______________________________

9:00 ______________________________

10:00______________________________

11:00 _____________________________

12:00______________________________

1:00 ______________________________

2:00 ______________________________

3:00 ______________________________

4:00 ______________________________

5:00 ______________________________

6:00 ______________________________

7:00 ______________________________

8:00 ______________________________

9:00 ______________________________

10:00______________________________

11:00 _____________________________

12:00______________________________

can wait until tomorrow:

____

____

____

____

expenses/money spent:

____

____

____

____

____

____

____

notes:

Blank

day/date: _________________________

water: 1 2 3 4 5 6 7 8

exercise: _______________________

sleep: __________________________

to do today:

1_______________________________

2_______________________________

3_______________________________

4_______________________________

can wait until tomorrow:

____

____

____

____

blocks of time:

7:00 ____________________________

8:00 ____________________________

9:00 ____________________________

10:00___________________________

11:00 ___________________________

12:00___________________________

1:00 ____________________________

2:00 ____________________________

3:00 ____________________________

4:00 ____________________________

5:00 ____________________________

6:00 ____________________________

7:00 ____________________________

8:00 ____________________________

9:00 ____________________________

10:00___________________________

11:00 ___________________________

12:00___________________________

expenses/money spent:

____

____

____

____

____

____

____

notes:

day/date: ______________________________   *exercise:* ____________________________

water: 1   2   3   4   5   6   7   8   *sleep:* ______________________________

to do today: *can wait until tomorrow:*

1________________________________   ____

2________________________________   ____

3________________________________   ____

4________________________________   ____

blocks of time: *expenses/money spent:*

7:00 ____________________________   ____

8:00 ____________________________   ____

9:00 ____________________________   ____

10:00___________________________   ____

11:00 ___________________________   ____

12:00___________________________   ____

1:00 ____________________________   ____

2:00 ____________________________   *notes:*

3:00 ____________________________

4:00 ____________________________

5:00 ____________________________

6:00 ____________________________

7:00 ____________________________

8:00 ____________________________

9:00 ____________________________

10:00___________________________

11:00 ___________________________

12:00___________________________

Blank

day/date: ______________________

water: 1   2   3   4   5   6   7   8

exercise: ______________________

sleep: ______________________

to do today:

1______________________________

2______________________________

3______________________________

4______________________________

can wait until tomorrow:

____

____

____

____

blocks of time:

7:00 ______________________________

8:00 ______________________________

9:00 ______________________________

10:00______________________________

11:00 ______________________________

12:00______________________________

1:00 ______________________________

2:00 ______________________________

3:00 ______________________________

4:00 ______________________________

5:00 ______________________________

6:00 ______________________________

7:00 ______________________________

8:00 ______________________________

9:00 ______________________________

10:00______________________________

11:00 ______________________________

12:00______________________________

expenses/money spent:

____

____

____

____

____

____

____

notes:

day/date: _________________________

water: 1   2   3   4   5   6   7   8

exercise: _________________________

sleep: _________________________

to do today:

1_________________________________

2_________________________________

3_________________________________

4_________________________________

can wait until tomorrow:

____

____

____

____

blocks of time:

7:00 _____________________________

8:00 _____________________________

9:00 _____________________________

10:00_____________________________

11:00 _____________________________

12:00_____________________________

1:00 _____________________________

2:00 _____________________________

3:00 _____________________________

4:00 _____________________________

5:00 _____________________________

6:00 _____________________________

7:00 _____________________________

8:00 _____________________________

9:00 _____________________________

10:00_____________________________

11:00 _____________________________

12:00_____________________________

expenses/money spent:

____

____

____

____

____

____

____

notes:
____

Blank

day/date: ___________________________

water: 1   2   3   4   5   6   7   8

exercise: ___________________________

sleep: ___________________________

to do today:

1___________________________

2___________________________

3___________________________

4___________________________

can wait until tomorrow:

____

____

____

____

blocks of time:

7:00 ___________________________

8:00 ___________________________

9:00 ___________________________

10:00___________________________

11:00 ___________________________

12:00___________________________

1:00 ___________________________

2:00 ___________________________

3:00 ___________________________

4:00 ___________________________

5:00 ___________________________

6:00 ___________________________

7:00 ___________________________

8:00 ___________________________

9:00 ___________________________

10:00___________________________

11:00 ___________________________

12:00___________________________

expenses/money spent:

____

____

____

____

____

____

____

notes:
____

day/date: ________________________

water: 1   2   3   4   5   6   7   8

exercise: _____________________

sleep: _______________________

to do today:

1________________________________

2________________________________

3________________________________

4________________________________

can wait until tomorrow:

____

____

____

____

blocks of time:

7:00 _______________________________

8:00 _______________________________

9:00 _______________________________

10:00______________________________

11:00 ______________________________

12:00______________________________

1:00 _______________________________

2:00 _______________________________

3:00 _______________________________

4:00 _______________________________

5:00 _______________________________

6:00 _______________________________

7:00 _______________________________

8:00 _______________________________

9:00 _______________________________

10:00______________________________

11:00 ______________________________

12:00______________________________

expenses/money spent:

____

____

____

____

____

____

____

notes:

Blank

day/date: ___________________________

water: 1   2   3   4   5   6   7   8

exercise: ___________________________

sleep: ___________________________

to do today:

1___________________________________

2___________________________________

3___________________________________

4___________________________________

can wait until tomorrow:

____

____

____

____

blocks of time:

7:00 _______________________________

8:00 _______________________________

9:00 _______________________________

10:00_______________________________

11:00 ______________________________

12:00_______________________________

1:00 _______________________________

2:00 _______________________________

3:00 _______________________________

4:00 _______________________________

5:00 _______________________________

6:00 _______________________________

7:00 _______________________________

8:00 _______________________________

9:00 _______________________________

10:00_______________________________

11:00 ______________________________

12:00_______________________________

expenses/money spent:

____

____

____

____

____

____

____

notes:

Hooray!
You used this entire book.

IT'S BEEN FUN HANGING OUT WITH YOU.

xo, *Samantha Kidd*

Samantha Kidd Books in Order*:

DESIGNER DIRTY LAUNDRY

BUYER, BEWARE

THE BRIM REAPER

SOME LIKE IT HAUTE

GRAND THEFT RETRO

PEARLS GONE WILD

CEMENT STILETTOS

PANTY RAID

UNION JACKED

SLAY RIDE

TOUGH LUXE

...NEXT ONE COMING SOON!

*I couldn't resist one last list! - SK

About Diane Vallere:

DIANE VALLERE IS A FORMER FASHION BUYER TURNED MYSTERY WRITER. SHE HAS A MINOR OBSESSION WITH GETTING HER LIFE TOGETHER. SHE LIVES IN PENNSYLVANIA WHERE SHE MOSTLY WRITES BOOKS AND EATS PRETZELS. FIND OUT MORE AT DIANEVALLERE.COM.

About Samantha Kidd:

SAMANTHA KIDD IS A FICTIONAL FORMER FASHION BUYER TURNED AMATEUR SLEUTH. SHE HAS A MINOR OBSESSION WITH GETTING HER LIFE TOGETHER. SHE LIVES IN PENNSYLVANIA WITH HER CAT AND EATS PRETZELS. FIND OUT MORE BY READING THE BOOKS ON THE PREVIOUS PAGE.